AF741642

ഹേ,
ഭീരുവായ
എഴുത്തുകാരാ

സുരേഷ് പൊൻകുന്നം

1962 – ൽ കോട്ടയം ജില്ലയിൽ എരുമേലിയിലെ മുട്ടപ്പള്ളിയിൽ ജനനം. വിദ്യാഭ്യാസം: ഗവ: എൽപി. സ്കൂൾ മുട്ടപ്പള്ളി, ഡോ. അംബേദ്കർ മെമ്മോറിയൽ. യു പി സ്ക്കൂൾ മുട്ടപ്പള്ളി, എസ്എൻഡിപി ഹൈസ്ക്കൂൾ വെൺകുറിഞ്ഞി, മഹാരാജസ് കോളേജ് എറണാകുളം, സെന്റ് തോമസ് കോളേജ് റാന്നി എന്നിവിടങ്ങളിൽ. തുടർന്ന് എസ്.ബി.ഐയിൽ ജോലിയിൽ പ്രവേശിച്ചു ബ്രാഞ്ച് മാനേജർ ആയി വിരമിച്ചു. ഇപ്പോൾ കോട്ടയം ജില്ലയിൽ പൊൻകുന്നത്ത് താമസിക്കുന്നു. മുന്നറിയിപ്പ്, ഫാസിസത്തിന്റെ ചൂണ്ട എന്നീ കവിതാസമാഹാരങ്ങൾ പ്രസിദ്ധീകരിച്ചിട്ടുണ്ട്.

ഭാര്യ: പരേതയായ ജാനമ്മ
മക്കൾ: സുരഭില സുരേഷ്,
ഋതുകുമാർ സുരേഷ്

വിലാസം:
അശ്വതി ഭവൻ
അട്ടിക്കൽ, പൊൻകുന്നം
കോട്ടയം ജില്ല.
മൊബൈൽ: 9844677541
e-mail: ktsuresh1962@gmail.com

സുരേഷ് പൊൻകുന്നം

ഹേ, ഭീരുവായ എഴുത്തുകാരാ

കവിതാസമാഹാരം

മാക്സ് ബുക്സ്
2023

Hey Bheeruvaya Ezhuthukara
By Suresh Ponkunnam
Malayalam

Published by:-
MAX BOOKS
Maxlive Media Solutions Pvt Ltd.
Muppathiyil Building, Muttambalom Post,
Kanjikuzhy, Kottayam 686 004
maxlivemediasolutions@gmail.com
maxbookskerala@gmail.com
Ph: 90740 98776

Printed in India
at Max, Kottayam

Edition:
First Editon July 2023
Copies: 1000

ISBN: 978-93-91085-91-9

പ്രസാധകക്കുറിപ്പ്

ഭയം കീഴടക്കിയ ജനതയാണു നമ്മൾ മലയാളികളിന്ന്. വലിയ യുദ്ധങ്ങളിൽ നമ്മൾ പാലായനം ചെയ്തിട്ടില്ല. തീവ്രവാദികളുടെ ആക്രമണങ്ങൾക്കിരയായിട്ടില്ല, എന്തിന് വലിയ തോതിലുള്ള ദാരിദ്ര്യം നമ്മൾ അറിഞ്ഞിട്ടില്ല. എന്നിട്ടും, നമുക്ക് ഭയമാണ് അധികാരത്തെ, അധികാരികളെ, അധികാരസ്ഥാനങ്ങളെ. കവി എക്കാലവും നിർഭയനായിരിക്കണം എന്നു ലോകമതം. ഇവിടെ സ്ഥാനമാനങ്ങൾക്കു മുന്നിൽ കവികളും പഞ്ചപുച്ഛമടക്കി നിൽക്കുന്ന കാഴ്ചയാണ്. സുരേഷ് പൊൻകുന്നം, തൂലികയെ കുർത്തകുന്തമാക്കി, ഭയന്ന് സ്വന്തം മടകളിൽ ഒളിച്ച അക്ഷരത്തൊഴിലാളികളോടിങ്ങനെ വിളിച്ചു പറയുന്നു, ഹേ, ഭീരുവായ എഴുത്തുകാരാ, മതി നിന്റെ കാപട്യമെന്ന്. പ്രണയവും വിരഹവുമല്ല ഈ കവിതകളിലെ പ്രതിപാദ്യ വിഷയം. ഈ കവിതകൾ ഒരു കലഹമാണ്, വ്യവസ്ഥിതിയുടെ നേർക്കുള്ള മുഖം നോക്കാതെയുള്ള കലഹം.

അജീഷ് ചന്ദ്രൻ
മാക്സ് ബുക്സ്

ആമുഖം

പ്രിയരേ,

എന്റെ മൂന്നാമത്തെ കവിതാ സമാഹാരം നിങ്ങൾക്കു മുന്നിലേക്ക് എത്തുകയാണ്. പുസ്തകനാമം 'ഹേ ഭീരുവായ എഴുത്തുകാരാ' എന്നാണ്. വേണമെങ്കിൽ നിങ്ങൾക്ക് 'എഴുത്തുകാരീ' എന്നും വായിക്കാം.

ഭരണാധികാരികളാൽ അള്ള് വയ്ക്കപ്പെട്ട് പതുങ്ങി നടക്കാൻ
പഠിച്ചൊരു സമൂഹമായോ നാം?
തെളിഞ്ഞ നീരിൽ നഞ്ച് കലക്കി
മത്സ്യനെഞ്ച് കലക്കി വലയിലാക്കുന്ന
സൂത്രശാലിയായ കുറുക്കൻ
മണിപ്പൂരിലും കേരള നദീതടങ്ങളിലും
കാത്തിരിക്കുന്നു.

ഇനിയും അധികാരിയുടെ മുന്നിൽ നടുവളയ്ക്കാനും റാൻ റാൻ മൂളാനുമാണ് നിങ്ങൾ തീരുമാനിക്കുന്നതെങ്കിൽ എനിക്കൊന്നേ പറയാനുള്ളൂ,

നിങ്ങൾ നിങ്ങളുടെ സന്താനങ്ങളെ ഓർത്ത് കരയുവിൻ.

ഈ നാടിനെ അടുത്ത തലമുറക്ക് വാസയോഗ്യമാക്കി കൊടുക്കാൻ നമുക്ക് ഓരോരുത്തർക്കും ബാധ്യതയുണ്ട്.

നന്ദി..

തുടർന്ന് വായിക്കുമല്ലോ...

സുരേഷ് പൊൻകുന്നം

കവിതകൾ

1

പോർമുഖം

അവളിതാ പോർമുഖം തുറക്കുന്നു
അവളിതാ ഞാൺ വലിക്കുന്നു
ചേരുമോ...... നീയവളുടെ കൂടെ
നേരിനായ് പോരിനായി
പോർക്കളത്തിൽ ചോര ചീന്തുവാൻ
ചേരുമോ...... നീയവളുടെ കൂടെ

പോർക്കളമാണിത്
മാറ് കീറി മരിച്ച കന്യമാർ
നാണമൊക്കെ മറന്ന്
കീറിയ അംഗവസ്ത്രമുപേക്ഷിച്ച്
നഗ്നയായ് നിന്ന്
ശത്രുവിൻ കുന്തം തടുത്തവർ

ചേരുമോ...... നീയവളുടെ കൂടെ
നേരിനായ് പോരിനായി
പോർക്കളത്തിൽ ചോര ചീന്തുവാൻ
ചേരുമോ...... നീയവളുടെ കൂടെ

അഗ്നി തെളിക്കുന്നതവളാണ്
അക്ഷരം
അഗ്നിയാക്കുന്നതും അവളാണ്

രക്തത്തിൽ കുളിച്ച് കിടക്കുന്നതും
രക്തം ഛർദ്ദിച്ചു മരിച്ചതും

▶▶ ഹേ, ഭീരുവായ എഴുത്തുകാരാ

അവളാണ്

രക്തനക്ഷത്രത്തെ പ്രസവിച്ചതും
അവളാണ്
രക്ത തിലകക്കുറിയിൽ തെളിയുന്നതും
അവളുടെ മുഖമാണ്

അവളാണവൾ
സർവ്വം സഹ
അവളില്ലിനി നിന്റെ താലം
പൊലിപ്പിക്കുവാനും
അവളില്ലിനി
നാമജപ ഘോഷയാത്രയ്ക്കും

ഒരു പോരാട്ട സൂര്യൻ
അവളെ പ്രണയിക്കട്ടെ
അവൾ കത്തിക്കട്ടെ ഹിജാബുകൾ

അവൾ ഒരു വെളിച്ചമാകട്ടെ
അവളൊരു വഴിയും ആകട്ടെ.

2
പ്രവാസി

മലയിറങ്ങി വരുന്നൊണ്ടൊരാൾ
ചുമലിലുണക്കിയ ജീവിതക്കെട്ട്
മുതുകിൽ
മുള്ളുകൾ വരഞ്ഞ പാടുകൾ

കണ്ണീരൊഴുകിയ മുഖത്തോടുകളിൽ
ഉപ്പ് കുറുകിപ്പരലുകളായി
ഉപ്പനെപ്പോലെ ചെംനിറമാർന്ന കൺകൾ
വെന്ത പാദങ്ങൾ
നായ് കടിച്ചതിൻ ബാക്കിയായതും
സ്വന്തമായി കൂട്ടിനുള്ള
ശിഷ്ടജീവിത സങ്കട കടങ്ങളും
ഒക്കെ മാറാപ്പിൽ
മലയിറങ്ങി വരുന്നോണ്ടൊരാൾ

എത്ര കാണാക്കയങ്ങളിൽ
തിരകളിൽ വലയെറിഞ്ഞയാൾ
എത്ര തോണി തുഴഞ്ഞു മറിഞ്ഞയാൾ
എത്ര ചാകരയെങ്കിലും
വ്യർത്ഥമതൊക്കെയറിഞ്ഞയാൾ

വലയിലായ് കുരുങ്ങിപ്പിടഞ്ഞ
മത്സ്യങ്ങളൊക്കെ വ്യഥചൊല്ലി
കണ്ണീരോഴുക്കി അവയൊക്കെ
കടലിന് തിരികെ കൊടുത്ത്

▶▶ ഹേ, ഭീരുവായ എഴുത്തുകാരാ

കനവ് നെയ്ത് കടല് നീന്തി
കാല് കഴച്ചു പോയവൻ

പിന്നെ മണൽകാട്ടിലായ ജീവിതം
മണലിൽ മറിഞ്ഞു വീണ ഭക്ഷണം
മണലിൽ മുട്ടുകുത്തി നിന്ന് പ്രാർത്ഥന

മണലിൽ മയങ്ങുമ്പോൾ മണം
പിടിച്ചെത്തിയ
മണൽപാമ്പുകൾ പകർന്നയുമ്മകളാൽ വടുക്കളായ മുഖം

മണലുടുപ്പ് തുന്നി തുരുത്തൊഴിഞ്ഞ
ജീവിതം
മണൽ പിരിച്ച കയറിനാൽ
കുരുങ്ങി ശ്വാസം കുറുകിയപ്പോൾ
വരിക മകനേയെന്ന്
വിളിച്ചയമ്മ തന്നടുക്കലേക്ക് വരികയാണയാൾ

മുടിഞ്ഞ സ്വപ്നത്തിരകളിൽ കയറി
കടൽ വകഞ്ഞ്
മലയിറങ്ങി ചുരമിറങ്ങി
വരുന്നതുണ്ടായാൾ പ്രവാസി.

○○

3

വിധേയനാകുക

വിധേയനായിരിക്കുക
അതാണ് പഥ്യം
അതാണ് നല്ലത്
നടു വളച്ചു നിന്ന് റാൻ റാൻ മൂളുക
അതാണ് നല്ലത്

അവർക്കധികാരം
പണം പട്ടാളം പോലീസ്
അവർക്കന്വേഷണേജൻസികൾ
അവർ പറയുന്നത് കേട്ട്
നടു വളക്കുക
മറുത്തൊരു വാക്ക് വേണ്ട

നിന്റെ കുടില് കത്തിക്കുവാൻ
ശൂലം തറച്ച് ഗർഭഭ്രൂണം
പുറത്തെടുക്കുവാൻ മിടുക്കരായവർ

അവൾ കള്ളം പെരുക്കിപ്പ്രചരിപ്പിച്ച്
നാട്ടിൽ കലാപം വളർത്തും
സംഘം ചേർന്ന പ്രചാരകർ

വിധേയനാകുക
ഇല്ലെങ്കിൽ വിലങ്ങണിയിക്കും

അവർക്കായ് മാധ്യമപ്പരിഷകൾ

▶▶ ഹേ, ഭീരുവായ എഴുത്തുകാരാ

നുണകളേറ്റ് പാടുവാൻ
പരിശ്രമിക്കുന്നു

മറക്കരുത് നാം കൽബുർഗി
നരേന്ദ്ര ധബോൽക്കർ ഗൗരി ലങ്കേഷ്
ഫാദർ സ്റ്റാൻ സ്വാമി

കടുപ്പമാണ് വരും കാലം
കപടതയെ തോൽപ്പിക്കാൻ
കരുതിയിരിക്കുക
ഉണർന്നിരിക്കുക.

OO

4

അവസാന രാത്രി

ഇല്ലാ വിഷാദം കുടിച്ചിരിക്കുന്നൊരീ
സന്ധ്യയിൽ
ഇല്ലയൊരാവേശം നിൻ മുഖം മുത്താൻ കെട്ടിപ്പുണരാൻ

ഒക്കെ മറക്കുന്നു ഞാനെങ്കിലേ
നാളെ കൊച്ചു പുലർച്ചയ്ക്ക്
മുൻപേയാരാച്ചാരെത്തുമ്പോൾ
സ്വസ്ഥം മനസ്സുമായി കഴുമരം പൂകണം

കൂറ മാറാല,
കുടിയിരിക്കുന്നോരലമാര
പോലെ
ദുർഗന്ധം പൂത്ത മണവുമായി മനം

ഇല്ല പാട്ടും കിളികളും
ഇല്ലയാരവം മനസ്
മഴവില്ലൊഴിഞ്ഞ മാനം പോലെ ശൂന്യം

കുപ്പിവളകളുടഞ്ഞു വീണ
മനസ്സിൻ, കോവേണിപ്പടിയിലിന്നില്ല
കാൽപ്പെരുമാറ്റങ്ങളൊന്നും

ഇല്ല ഒച്ച താഴ്ത്തി
മേലാകെയുടുപ്പിച്ചയുമ്മയും
കൊച്ചു കൊച്ചു വർത്തമാനങ്ങളും

ഹേ, ഭീരുവായ എഴുത്തുകാരാ

എത്രശോകങ്ങൾ പൂക്കുന്നു
എൻ മന മൈതാനമോ
അങ്കം കഴിഞ്ഞ പടക്കളം പോലെ
വെട്ടേറ്റു തലയറ്റ്
ചോരയൊലിപ്പിക്കുന്നു കരിംഭൂതകാലം

ഞെട്ടറ്റു പോയ പഴമ്പ്രണയം
കുത്തി മുറിവേൽപ്പിക്കുന്നുവോ വർത്തമാനവും?

എത്ര രാത്രികൾ നഷ്ടക്കണക്കിന്റെ
ശിഷ്ടങ്ങൾ തേടി
ശിഷ്ട കാലത്തിന്റെ ദുഷ്ടതയിൽ
ഇത്തടവറയിലൊച്ചയില്ലാതെ

ഇത്തടവറയിതിൽ
ഒക്കെ തണുത്ത് മരവിച്ചിരുമ്പഴികൾ

എത്രപേർ മനം വിങ്ങി
നിന്നു തേങ്ങിയിരുമ്പഴീ......
നിന്റെ മേൽ കരസ്പർശമായി
കണ്ണുനീർ വീണ് തുരുമ്പിച്ചുവോ നീ?

സ്വാസ്ഥ്യം കൊതിച്ചോ
നൊന്തോയിരുമ്പഴീ...
നിന്നെ ഞാനൊന്നുമ്മ വയ്ക്കട്ടെ
നീണ്ട നാൾ നാം തമ്മിൽ
പ്രണയത്തിലായിരുന്നല്ലോ

നേരമാവുന്നു സുഹൃത്തേ
നീയെന്നിരുമ്പഴീ....ഞാനീ വേഷങ്ങളൊക്കെയഴിച്ചു വെക്കട്ടെ
കെട്ടജന്മം കൊലക്കയർ തേടട്ടെ
നഗ്നപാദനായ് നീങ്ങുന്നു ഞാനും.

○○

5
എന്റെ മഹാഭാരതം

ഞാനെന്റെ വേദനയിൽ കുത്തുമ്പോൾ
ശത്രൂ
നീയെന്തിനാണ് പുളയുന്നത്?

ഞാൻ
എന്റെ മുത്തച്ഛന്മാരുടെ
ദണ്ണങ്ങളെക്കുറിച്ചോർക്കുമ്പോൾ
നീയെന്തിനാണ് ശത്രൂ
പല്ലിറുമ്മുരുന്നത്?

ഞാനെന്റെ മുത്തശ്ശിമാരുടെ
മാർച്ചട്ടയഴിഞ്ഞു വീണ
പാടത്തിനോരത്തെ
മാടത്തെക്കുറിച്ച് പാടുമ്പോൾ
നീയെന്തിനാണ് വിയർക്കുന്നത്?

ഞാനെന്റെ ചരിത്രത്തെക്കുറിച്ച്
കൂടെക്കൂടെ പറഞ്ഞു കൊണ്ടേയിരിക്കും

എനിക്കറിയാം മേലാളാ..
നീ
ഒരധമചരിത്രം പേറുന്നവനാണ്

കുലീനമായൊരു സംസ്കാരം
നിനക്കുണ്ടായിരുന്നില്ല

▶▶ ഹേ, ഭീരുവായ എഴുത്തുകാരാ

അകക്കണ്ണാലേ
ഞങ്ങളെല്ലാം കാണുന്നുണ്ട്

നായ്ക്കും നരിക്കും
നടക്കാൻ കഴിയുന്ന വഴിയിലൂടെ
നടക്കാൻ കഴിയാതെ
ഭീതിയിൽ ജീവിച്ച മുൻതലമുറകൾ

അക്ഷരം നിഷേധിക്കപ്പെട്ട്
അജ്ഞരായ് പോയ
ഒരു ജനത

ആട്ടും പുലഭ്യവും കേട്ട്
റാൻ റാൻ പറഞ്ഞ്
നടുകൂനിപ്പോയ തലമുറകൾ

ഈ ജനാധിപത്യ സമൂഹത്തിൽ
അൽപ്പം കാറ്റും വെളിച്ചവും
കിട്ടിയപ്പോൾ
ഇനി എല്ലാം മറക്കാം എന്നും പറഞ്ഞ്
തോളിൽ കയ്യിടാൻ വന്നാൽ

ശത്രുവായ സുഹൃത്തേ
ഇപ്പോൾ ഞങ്ങൾക്കറിയാം
പുലിക്ക് പൂച്ചയാകാൻ കഴിയില്ല

ഞങ്ങളുടെ കണ്ണീര് തീയാണ്
ഞങ്ങളുടെ തലമുറകൾ
നടന്നലഞ്ഞ വഴിയിലൂനീളം
കൊണ്ട മുള്ളുകൾ ദൂരെയെറിഞ്ഞെരുന്നെങ്കിലും
വേദന ഞങ്ങൾ ഉപേക്ഷിച്ചിരുന്നില്ല

തലമുറകൾ കൈമാറി
കൈമാറിക്കിട്ടിയ
വേദന ഇനി നിനക്കുള്ളതാണ്

ഹേ, ഭീരുവായ എഴുത്തുകാരാ ▸▸

ഞങ്ങളുടെ
കണ്ണീരിന്റെയണപൊട്ടിയോഴുകുമ്പോൾ
നിന്റെ ചിറ പൊട്ടിപ്പോകും

നീ ദുശ്ശാസനൻ ആയിരുന്നു കെട്ടിക്കൊണ്ട് വന്ന പെണ്ണിനെ
നിനക്ക് കാഴ്ച വച്ച്
വായ പൊത്തി നിന്ന വ്യല്ലപ്പൻ

ഇതൊക്കെ മറന്ന്
നിന്നോട് കൂടുവാൻ എനിക്ക്
മനസ്സില്ല

ആർഷ ഭാരതസംസ്കാരം
രാജ ഭരണ മഹിമകൾ ത്ഫൂ....

ഞങ്ങൾക്ക്
ഒരു പുത്തൻ മഹാഭാരതം
എഴുതേണ്ടതുണ്ട്.

൦൦

6
വേട്ടക്കാർ ഗർജ്ജിക്കുന്നു

വേട്ടയാടാം നമുക്കിവളെ
നോക്കിവൾ കാട്ട് ജാതിക്കാരി
ഹീനജാതി

ഇവളക്ഷരം കൊണ്ട് ആയുധം
തടുക്കുന്നവൾ
സത്യമൊക്കെ പഠിച്ചവൾ
ദുഷ്ടതയൊക്കെ ചോദ്യം
ചെയ്യുന്നവൾ

നമ്മൾ വിതക്കും
നുണയൊക്കെ കളയെന്ന് ചൊല്ലി
വെട്ടിമാറ്റുന്നവൾ

ഇവൾ പഠിപ്പ്കാരി പത്രാസുകാരി
ആചാരങ്ങളെയനുസരിക്കാത്തവൾ
നമുക്ക് വേണ്ടിവൾ

നമുക്ക് വേണ്ടത് വടിവൊത്തവൾ
ആചാരങ്ങളെ അക്ഷരം പ്രതി
അനുസരിക്കുന്ന ലാസ്യവിലാസവതികളെ

പഠിപ്പുള്ളവർ നിഷേധികൾ
അറിവുള്ളർ മൂതേവികൾ
വേണ്ട വേട്ടയാടാം നമുക്കവരെ.

OO

7
ഹേ, ഭീരുവായ ഏഴുത്തുകാരാ

ഹേ, ഭീരുവായ ഏഴുത്തുകാരാ
ചുറ്റും
കൊടുംക്രൂര കുറ്റങ്ങൾ കാണുമ്പോൾ
മുറ്റും കൊടും വർഗ്ഗീയ ശക്തികൾ
നഗ്നം നിറഞ്ഞാടുമ്പോൾ
നട്ടം തിരിയുന്ന മർത്യന് മേൽ
മുട്ടൻ വിലക്കയറ്റങ്ങൾ കയറ്റി വച്ച്
മിത്രോം
മിത്രോമെന്നു വിളിക്കുമ്പോൾ
ഹേ, എഴുത്തുകാരാ
നീയേത് കാമുകിയെക്കുറിച്ചാണ്
കവിതഎഴുതുന്നത്?

ഒട്ടും നിലാവില്ലാ ജീവിതത്തിൽ
കട്ടയിരുട്ടിൽ തപ്പിത്തടഞ്ഞു
നടന്ന പൗരന്റെ പോക്കറ്റ്
തപ്പി പണം പിടുങ്ങി പേക്കൂത്ത്
രാഷ്ട്രീയം നടത്തി
കള്ളപ്പണം
പിടിച്ചെടുക്കാൻ കഴിയാതെ
മുട്ടൻ പ്രതിമകൾ നിർമ്മിച്ച്
കപട ദേശാഭിമാനം ജനിപ്പിക്കാൻ
ഒറ്റപ്പായമേൽ
ഒന്നിച്ചുണ്ടുറങ്ങിയ ജനതയെ
മത വർഗ്ഗീയ വിഷത്താൽ
പല പല തട്ടിലാക്കി അധികാരം
കൊയ്യും കൊടും വിഷവിത്തിനെ
ഒട്ടും

▶▶ ഹേ, ഭീരുവായ എഴുത്തുകാരാ

കനിവില്ലാതെ വിമർശിക്കാൻ
കഴിയാത്ത പ്രിയ
എഴുത്തുകാരാ, നിനക്കും ഭയമോ?

പതിനായിരങ്ങൾ സ്വയം ബലിയായി
മരിച്ചു വീണ മണ്ണിലിരുന്ന്
അവരുടെ
ചുടുചോര നേടിത്തന്ന സ്വാതന്ത്ര്യം
വഴിയിൽ
വടി വഴുതി കണ്ണടയൂരി വീഴുമ്പോൾ
അധികാരത്തിന്റെ കോട്ടകൊത്തളങ്ങളെ താണുവണങ്ങി
എഴുതിയെഴുതി
നീയും കൂനനായി പോയോ?

ജനലക്ഷങ്ങൾ
സങ്കടപ്പുഴയിൽ നിലയില്ലാക്കയത്തിൽ
മുങ്ങിത്താഴുമ്പോൾ
പ്രിയ എഴുത്തുകാരാ ഭയത്തിന്റെ
മാളത്തിൽ
നിന്നു നീ പുറത്തു വരുക.
പൂവിന്റെയും പൂംപാറ്റയുടെയും
പിന്നാലെ കൂടാതെ
പുഴുക്കളെപ്പോലെ നരകിക്കുന്ന ജനതതിയോടൊപ്പം,
അവർക്കായി നീ
പടപ്പാട്ടുകൾ എഴുതൂ...
അങ്ങനെയാകട്ടെ നിന്റെ കവിതകൾ.

8
എന്തുണ്ട് കുട്ടീ നിൻ കയ്യിൽ ചരിത്രമായി?

എന്തുണ്ട് കുട്ടീ നിൻ കയ്യിൽ
ചരിത്രമായി?

നിന്റെ അച്ഛൻ അച്ഛന്റച്ഛൻ
അച്ഛന്റച്ഛന്റെ മുത്തച്ഛന്റെ
മുത്തച്ഛന്റെ ചരിത്രമുണ്ടോ
നിന്റെ കയ്യിൽ

ആരായിരുന്നവർ അറിയുമോ.....?

അറിയില്ലെങ്കിൽ നീ മുണ്ടാതെ
അടങ്ങിയൊതുങ്ങി ഇരിക്ക

പാത്രം കഴുകി ജീവിക്ക
മുറ്റമടിച്ച് ജീവിക്ക
ആക്രി പെറുക്കി ജീവിക്ക
മേലാവിൽ നിന്നുള്ള ഉത്തരവ് പ്രകാരം
റാൻ റാൻ നടു വളക്കുക

നിന്റെ ദൈവം
ചാത്തൻ മറുത മാടൻ
എങ്ങുപോയെന്ന് നിനക്കറിയുമോ..?

പണ്ട് കാലം
നിന്റെ മൂത്ത പിതാക്കന്മാർ മന്ത്രവാദികൾ
വന്നൊഴിപ്പിച്ച ബാധകൾ
നിന്നെ മൂടുന്നുവോ?

▶▶ ഹേ, ഭീരുവായ എഴുത്തുകാരാ

എങ്ങ് പോയ് നിന്റെ ദൈവം?

ഇന്ന് നീ......
സവർണ്ണ ദൈവത്തിൻ മുൻപിൽ
പുരോഹിതൻ ഉച്ചിഷ്ടം
പോലെറിഞ്ഞ് തരുന്ന പ്രസാദം വാങ്ങി

ഹാ സുഹൃത്തേ
എങ്ങ് പോയ് നിന്റെ ദൈവങ്ങൾ?

മക്കളേ ശക്തരാകുക,
ചരിത്രത്തേരിലേറി വരുമവർ
രാജഭരണ മഹിമയെ വാഴ്ത്തി

മുത്തച്ഛന്മാർ രാജാവായി
ഇരുന്നവർ
കൊല്ലിനും കൊലക്കും
അധികാരമുണ്ടായിരുന്നവർ
രാജാവിന്റെ പുരോഹിതർ
രാജാവിന്റെ സേവകർ
ആയിരുന്നവർ
പടനായകർ ആയിരുന്നവർ

സ്മൃതി നാരങ്ങാ മിഠായി പോലെ
നുണഞ്ഞു നടപ്പവർ

മകളേ... മകനേ
അറിയുക ചതി
ചതികാല ചരിത്രം പഠിക്കാതെ
വെറുതേ വെയിൽ കൊള്ളരുതേ.

○○

9
ഇവിടാരുമില്ലേ

ഇവിടാരുമില്ലേ
ഒരു പട്ടി കുരയ്ക്കുന്നു
ഒരു കുട്ടി കരയുന്നു

ഒരു വഴിപോക്കനാണെ ഒന്നും
തോന്നരുത്
ഒരു ഭാണ്ഡമുണ്ട് തോളിൽ
നിറയെ ദുർഗന്ധം

അതിജീവിതം വെന്തളിഞ്ഞ
അപൂരിത ഗന്ധം
അത് തുളച്ചെത്തുന്നു
നാസാരന്ധ്രങ്ങളിൽ

എവിടെയാണ് സ്വസ്തി
മനം പിടിതരാതെയോടുന്നു

ഒരു നായ മോങ്ങുന്നു
വിശന്നിട്ടാണ്
പേയില്ലെന്ന് പറയുമ്പോൾ
കേൾക്കുവാനുണ്ടോ മാനുഷൻ

ഒരു കുട്ടി കരയുന്നു
വിശന്നിട്ടാണ്
അമ്മയില്ല രാജ്യവുമില്ല
ആധാറില്ല പാസ്സ്പോർട്ടില്ല

▶▶ ഹേ, ഭീരുവായ എഴുത്തുകാരാ

ഒന്നുമില്ലാത്ത കുട്ടി കരയുന്നു
കേൾക്കണം നീ

കുഞ്ഞിന്
ജാതിയില്ല
മതവും

ഹാ അളിഞ്ഞ സമൂഹമേ
നീയാണ് അവനെ
മാമ്മോദീസ മുക്കി
സുന്നത്ത് ചെയ്ത്
പൂണൂൽ ഇടുവിച്ച്
മനുഷ്യൻ അല്ലാതാക്കിയത്

ഒരു കുട്ടി കരയുന്നു
അവനെ മനുഷ്യനായി വളരാൻ
അനുവദിക്കൂ.

○○

10
നമുക്ക് നായയെ കൊല്ലാം

നമുക്ക് നായയെ കൊല്ലാം
ഇതാണ്
നാട്ടുകൂട്ടത്തിന്റെ തീരുമാനം

അലഞ്ഞു തിരിഞ്ഞു നടക്കുന്ന
നായ്ക്കളെ
ഒന്നുകിൽ കൊല്ലാം
അല്ലെങ്കിൽ
ചുറ്റുമതിൽ കെട്ടി പാർപ്പിക്കാം

നാട്ടുകൂട്ടത്തിലെ സർപ്പഞ്ചും
സഹ സർപ്പഞ്ചും
അനുചര വൃന്ദവും
ഹായ്... ഹായ് പറഞ്ഞ്
തീരുമാനിച്ച പ്രകാരം

നാട്ടുകൂട്ടപ്പരമാധികാര
പ്രദേശപ്പരിധിയിലുള്ള മുഴുവൻ
നായ്ക്കളെയും
ഇന്നേയ്ക്ക് മൂന്നാഴ്ചയ്ക്കകം
കെണിവെച്ചോ മയക്കുവെടി വെച്ചോ
പിടിച്ച്
മതിൽക്കെട്ടിനുള്ളിലാക്കണം

വാറോല പ്രകാരം റാൻ.... റാൻ

▶▶ ഹേ, ഭീരുവായ എഴുത്തുകാരാ

ഇനി മുതൽ
സമത്വസുന്ദരമായ പഞ്ചായത്ത്
കുരയില്ല കാലൻ കൂവലില്ല

മാർജ്ജാരനും ജാരനും തസ്കരനും
സന്തോഷം

അതിന് ശേഷം
അലഞ്ഞ് തിരിഞ്ഞ് നടക്കുന്ന
ഭ്രാന്തന്മാരെ പിടിക്കാം

രാത്രികാലങ്ങളിൽ തെരുവോരങ്ങളിൽ
അന്തിയുറങ്ങുന്ന
കൂരയില്ലാത്തവനെയും പിടിക്കാം

നഗരകോണിൽ നിന്ന് കൈമാടി
വാ.. വായെന്ന് വിളിക്കുന്ന
വേശ്യകളെയും പിടിക്കാം

ചേരിപ്പ്രദേശങ്ങളിലടിഞ്ഞു കൂടിയ
നരച്ച ജീവിതങ്ങളെയും പിടിക്കാം

ഭിക്ഷയാചിച്ചു നടക്കുന്ന
കെട്ട ജന്മങ്ങളെയും പിടിക്കാം,

അടുത്ത പടിയായ്
ദരിദ്രരെയൊഴിവാക്കാം
എത്ര ധാന്യങ്ങളാണിവറ്റകൾ
തിന്ന് തീർക്കുന്നത്

കാൽനട യാത്രക്കാരെയൊഴിവാക്കാം
പിന്നെ സീബ്രാ ലൈൻ വേണ്ടല്ലോ

റ്റൂ വീലറും ത്രീ വീലറും ഒഴിവാക്കാം
എത്ര പുകയാണിവർ ഛർദ്ദിക്കുന്നത്

അങ്ങനെ നാട് പുരോഗമിച്ച്
ഒടുവിൽ
നാട്ടുകൂട്ടം പ്രമാണിയും
ഭാര്യയും മക്കളും വെപ്പാട്ടിമാരും
മച്ചമ്പിമാരും പഴയ ആചാരങ്ങളും
അവരുടെ ദൈവങ്ങളും
മൈഥുന ശിൽപ്പങ്ങളും മാത്രം

അങ്ങനെയെല്ലാം മറച്ച് മറച്ച്
പഞ്ചായത്ത് സുന്ദരമാകുന്നു.

പിൻകുറിപ്പ്:

മതിൽ പണിത് പെയ്ന്റടിച്ചാൽ ദാരിദ്ര്യം
ഇല്ലാതാകുമെന്ന് നമ്മളിന്ത്യക്കാർ നേരത്തെ കണ്ടു പിടിച്ചിട്ടുമുണ്ട
ല്ലോ.

○○

11
ഈ നാട് സുന്ദരമാണ്

എങ്ങുപോയി കാക്കകൾ
നഗരം നയന മനോഹരമായപ്പോൾ
ഇല്ല മാലിന്യം എന്നായോ?

പരുന്തുകളോ:
ഇല്ലല്ലോ കാക്കകളെന്ന് സന്തോഷിച്ച്
മുള്ള്മൂർച്ചപോലുള്ള നഖങ്ങളിൽ
രക്തമിറ്റിച്ച്,
ആമോദം വേഗത്തിൽ
വട്ടമിട്ട് പറക്കുന്നു

ദൃഷ്ടി പായിച്ച് മൊഴിയുന്നിതാ
എത്ര സുന്ദരം
ഈയാകാശവും ഭൂമിയും
ഇല്ല കാക്കകൾ
ഞങ്ങളെ കൊത്തിയോടിക്കുവാൻ

കാക്കകളോ:
നഷ്ടമായിപ്പോയ ശോഭയിൽ
നട്ടംതിരിയുന്നു കെട്ടിലും മട്ടിലും
ഭംഗിയില്ലാത്ത ജീവികൾ

നാട്ടാരോ:
ഉള്ളഴുക്കെല്ലാം ഉള്ളിലൊതുക്കി
ആചാരമര്യാദകൾ പാലിച്ച്,

ദേഹത്തെ
പുണ്ണിന്റെയും പൂപ്പലിന്റെയും
പുറത്തത്തറ് പൂശി
വർണ്ണവെളിച്ചങ്ങൾ വിന്യസിച്ച്
ജാതിമേൽക്കോയ്മയിൽ
വിശ്വസിച്ച് ജീവിക്കുന്നു

വീണ്ടും പരുന്തുകൾ:
മുറ്റും വിദ്വേഷത്തോടെ
റോന്ത് ചുറ്റുന്നു

പ്രാക്കളോ:
പേടിയിൽ കുറുകലില്ലിപ്പോൾ

ഈ നാടോ:
പുറമേ സുന്ദരമാണിപ്പോൾ
മാലിന്യം മനസ്സിൽ.

○○

12
നോവ്

നോവ് നീയെന്റെ പൂവാണ്
നീ
വിരിഞ്ഞിട്ടാണ് എന്റെ കവനവും

ഉള്ളിന്റെയുള്ളിലും നീയാണ്
തീയാണ് നോവ്
വേവാണ് നോവ്
നേര്
ചാലിച്ചെഴുതുകൊണ്ടാണ് നോവ്

നേരിനെക്കൊന്ന് തേർവാഴ്ച
നടത്തുന്നവർ
ഗാന്ധിയെ കൊന്നവർ
ഗാന്ധി സ്മരണയെയും കൊല്ലുന്നു

സത്യത്തെക്കൊല്ലുന്നു
സത്യമേവ ജയതയേയും കൊല്ലുന്നു

ഇപ്പോഴവർ
വർക്കത്തില്ലാത്തൊരെ
തിരുകിക്കയറ്റാൻ നോക്കുന്നു

മാടുകളെപ്പോലെ ജീവിക്കുന്ന
മാനുഷർ
മാടുകളെ തിന്നാൽ അവരെയും കൊല്ലുന്നു,

ഇല്ല സ്വപ്നങ്ങൾ
എങ്കിലും ഉറങ്ങിയാൽ
നോവ് നീയെന്നെ നീറ്റിയുണർത്തുന്നു
നോവ്
നീ മാത്രമാണെന്റെ കവിത.

○○

13

നീ അക്ഷരം വരയണ്ട
എന്റെ നാവിൽ

(ഒരു നവരാത്രി കവിത)

നവ രാത്രിയെന്ന് വിചാരിച്ച്
കിടന്നേൻ
ചിന്തകൾ സ്വപ്നങ്ങൾ എല്ലാം വ്യർത്ഥം

നവ നവമായിട്ട് ഒന്നുമേ കണ്ടില്ല
കണ്ടതോ വെറും
പഴമ്പുരാണങ്ങൾ

കുങ്കുമക്കുറി
കുറേ കരയും കുഞ്ഞുങ്ങളും
തമ്പുരാക്കന്മാർ പോൽ ചില
കാഷായക്കസർത്തുകളും

മുണ്ട് വേഷ്ടി മീശ താടി
നാവ് നീട്ടിയും നീട്ടാതെയും കുഞ്ഞുങ്ങൾ
തമ്പുരാൻ എഴുതുന്നു:
ഹരീ ശ്രീ ഗണപതായേ നമഃ

ഒന്ന് പോടോ തമ്പുരാ.....
വിദ്യ നിന്റെ ഔദാര്യമൊന്നുമല്ല
ഞങ്ങ......
പോരടിച്ച് നേടിയത്

നിന്റെ കുന്ത്രാണ്ടം എന്റെ നാവിൽ
വരയണ്ട

ശ്രുതിസ്തു വേദോ വിജ്ഞേയോ
ധർമ്മശാസ്ത്രം തു വൈ സ്മൃതി:
തേ സർവാർഥേഷ്വമീമാംസ്യേ
തഭ്യാം ധർമ്മോ ഹി നിർബഭൗ.

ശ്രുതി വേദമെന്നും ധർമ്മശാസ്ത്രമെന്നും അറിയുക. അവയെ ഒരിക്കലും പ്രതികൂല തർക്കം കൊണ്ട് നിരാകരിക്കരുത്. എന്തെന്നാൽ അവയിലൂടെയാണ് ധർമ്മം പ്രകാശിച്ചിട്ടുള്ളത്. (മനുസ്മൃതി 2-10)

ഏകമേവ തു ശൂദ്രസ്യ
പ്രഭു:കർമ സമാദിശത്
ഏതേഷാമേവ വർണാനാം
ശുശ്രുഷാമനസൂയയാ

ബ്രഹ്മാവ് ശൂദ്രന് ഒരു കർമ്മം മാത്രമേ വിധിച്ചിട്ടുള്ളൂ. മറ്റ് മൂന്ന് വർണ്ണങ്ങളിൽപ്പെട്ടവരെ അസൂയയില്ലാതെ സേവിക്കുക. (മനുസ്മൃതി 1-91)

ശൂദ്രൻ എന്ന് വെച്ചാൽ കേരളീയ സമൂഹത്തിൽ നായർ സമുദായം വരും. അവരുടെ കാര്യം വരയെ മനുസ്മൃതിയിൽ പറയുന്നുള്ളൂ, അതിൽ താഴെയുള്ളവർ ദൃഷ്ടിയിൽ കണ്ടാലും ദോഷമുള്ളോർ.

കവിത തുടരുന്നു:
നീ അക്ഷരം വരയണ്ട,
എന്റെ നാവിൽ.

൦൦

14
പെണ്ണ് മതം പണയം

പണയമാണിന്ന് നീ പെണ്ണേ
തുരുമ്പിച്ച മതവീണ മാറ്റി വെയ്ക്ക
മതം മദമാണ്
മതം ഒരു പാപചരട്

അതിൻ കുരുക്ക് നിൻ ഗളത്തിൽ
നീ ഒരു ബലിമൃഗവും

ദുര്യോധന സഭയിൽ നീ
പണയവസ്തു
അടിമയായി നിന്നെ ഗണിച്ചു
മഹാഭാരതത്തിൽ

അഹംഭാവികളായ മഹാരാജാക്കന്മാർ
നിന്റെ അഴകൊക്കെയൂറ്റിക്കുടിച്ച്
ഒരു ചണ്ടി പോലാകുമ്പോൾ
അകലെക്കേറിഞ്ഞും
പകിടയുരുട്ടിക്കളിച്ച് കലിച്ച്
പട നയിച്ച് പുരമെരിച്ച്
മുടിപ്പിച്ചു ഭാരതം

പ്രണയമായിരുന്ന നീ
നീ കറുത്ത് പോയെന്നാൽ
മുല മുറിച്ചീടാം മുടി മുറിച്ചീടാം
കരുതിയിരിക്ക

ശൂർപ്പണഖ ആകാതെ
കത്തിയൊന്നെളിയിൽ തിരുകുക

ചുടലശക്തികൾ വാഴുമീ നാട്ടിൽ
ഭയം വിതറി അടക്കി വാഴുന്നു

കുതറിമാറുന്നോനെ
ശൂലമൂർച്ചയാൽ കുടലെടുക്കുന്നു

പുറമേ സന്യാസിഭാവം പക്ഷേ
കൻമഷം
കണ്ണിലും നോക്കിലും വാക്കിലും

പശിയടക്കുവാൻ നീ പാടത്ത്
പോകവേ കാമപ്പശിയോ
കറുപ്പിനോടുള്ള കലിയോ
നരഭോജികൾ നിന്നെ കടിച്ചു കീറുന്നു

മറന്നു പോകല്ലേ നീ ഹത്രാസ്
നിന്റെ രുധിരം രുചിച്ചവർ
പകക്കണ്ണുമായ് പകൽ വാഴുന്നു

മറന്നു പോകല്ലേ
മുലച്ചിപ്പറമ്പിലിന്നും കരഞ്ഞ്
കണ്ണീരിൽ കുതിർന്ന് നങ്ങേലി
നെഞ്ചത്തടിച്ച് ചൊല്ലുന്നു
മറന്നു പോവല്ലേ ചരിത്രം

നിറവയറിലെ ഗർഭശിശുവിനെ
കുത്തിപ്പുറത്തെടുത്തിട്ട്
മദിച്ച് പാടുന്ന മഹാമനസ്കർ

ഹാ...
ബഹനോം ഭായിയോം ചൊല്ലി
നമസ്കാർ പറഞ്ഞാലും

▶▶ ഹേ, ഭീരുവായ എഴുത്തുകാരാ

പെണ്ണേ മയങ്ങിടല്ലേ നീ
ശൂലം ഒളിച്ച് വെച്ചാണ് ചിരിച്ചു നിൽക്കുന്നവർ

കരുതൽ വേണം താഴികക്കുടം
തകർത്തവർ

മഹാഭാരത മനസാകും
മതേതരത്താഴികക്കുടം തകർക്കുന്ന
മത ജാതി ശക്തികൾ
അവരുമായി പ്രണയം വേണ്ട

അവർ നിന്നെ പണയവസ്തുവായി
പരിഗണിക്കും പരിണമിപ്പിക്കും

അകലെയാകാം പ്രഭാതം
കുളിർ തെന്നലകലെയുണ്ടാവും
നീയും കുളിച്ചൊരുങ്ങുക
ഈറനോടെ
നീയുമൊരു പോരാളിയാകുക.

○○

15
മഹാബലി

ഓണമാകുന്നു മഹാബലീ
ശോകമുണ്ടെങ്കിലും
നിന്നെ സ്മരിക്കട്ടെ

നിന്നെയെന്തിനായ്ച്ചവുട്ടിത്താഴ്ത്തി
പാതാള മാർഗ്ഗേ

എന്തായിരുന്നു നീ ചെയ്ത കുറ്റം
പ്രജാക്ഷേമ താല്പരനായി
നന്നായി ഭരിച്ചതോ?

വിശന്ന മക്കൾക്കന്നം
വിളമ്പികൊടുത്തതോ?

തളർന്നവർക്ക് നീ
താങ്ങായിരുന്നതോ?

പുലരിയെല്ലാവർക്കും ഒരേപോലെ
പകുത്ത് നൽകിയതോ?

സ്വന്തം ബലിയാൽ നീ നൽകിയ
സന്ദേശമെന്താണ്?

എന്തിനായിരുന്നു നീ
നിൻ തല താഴ്ത്തികൊടുത്തത്?

ഇല്ല മാവേലി
നിന്നെക്കുറ്റപ്പെടുത്തുവൻ

അന്നതേ നിനക്ക് കഴിയൂ
നീയെന്നും പരമഭക്തൻ

ഇന്ന്
ഞങ്ങൾ പരമഭക്തി മാറ്റിവയ്ക്കുന്നു
കാരണം ഭക്തിയാൽ ഞങ്ങൾ
കബളിപ്പിക്കപ്പെട്ടിരിക്കുന്നു

ഇനി തല കുമ്പിടാൻ മനസ്സില്ല
ചവുട്ടിത്താഴ്ത്താനുമനുവദിക്കില്ല

മഹാബലീ നിന്റേത്
മഹാ.....ബലി ആയിരുന്നു,

ഇനി അത്തരം ഒരു ബലിയും
ഇവിടെ വേണ്ട.

○○

16
ഒരു ദർശനം സമാധിയാകുന്നോ?

ഒരു ദർശനം സമാധിയാകുന്നോ?
ഗുരുവരുളിയതൊക്കെ
തിരസ്കരിച്ച് അനാചാര
പടുകുഴിയിൽ വീണോ സമൂഹം?

മതമദമാൽസ്യര്യങ്ങൾക്കിടയിൽ
അവമതിപ്പോടെ മത്സരിച്ച്
പുതു പുതുപ്പ്രതിഷ്ഠകൾ നടത്തി
പുതു പുതു ക്ഷേത്രങ്ങൾ പണിത്
എന്നിട്ടും പഴയപടി
ചാതുർവർണ്ണശ്രേഷ്ഠർ നടത്തും
പഴയയാരാധനാലയങ്ങൾ തേടി
അലയുന്നുവൊ അനുയായികൾ

ഒരു ദർശനം സമാധിയാകുന്നോ?

ഇനിയുമെന്തിന് ദൈവങ്ങൾ
നീ കുളിക്കും
കടവിൽ നിന്നൊരു കല്ലെടുത്ത്
നിനക്കും പ്രതിഷ്ഠിച്ചു കൂടെ
നിനക്കൊരു കണ്ണാടി നിൻനേരെ
പിടിച്ച് അതൊരു ദൈവമാക്കിക്കൂടെ

ഇതൊരു സന്ദേഹമായിരുന്നെങ്കിൽ
ഒരു ദർശനം സമാധിയാകുന്നോ?

൦൦

17
വിയോജിപ്പ്

എടോ എനിക്കിനി
ഒരു ചുവട് വയ്ക്കാൻ വയ്യാ
ചുമച്ച് തുപ്പുന്നത് ചോര
കവിത കിതക്കുന്നു

കഠിനമായ് ജീവിതപ്പുകച്ചുരുളുകൾക്കിടയിൽ
ഞെരിഞ്ഞമർന്ന ജീവിതം

കഥ മെനഞ്ഞ് മെനഞ്ഞങ്ങനെ
മെലിഞ്ഞുവോ കവിത, കിതക്കുന്നു

വീണ്ടും കവിത:
എനിക്ക് വയ്യെടോ നിന്നോടൊപ്പം
ഉലാത്തുവാൻ

ടാ....കവീ
നീ പോയ് വേറെ എന്തെങ്കിലും എഴുതുക
പ്രണയമോ കോപ്പോ....
ചതച്ച് കുത്തിപ്പിഴിഞ്ഞ ശ്വാസ കോശത്തിലിനി ശ്വാസം ഇല്ല
മരിക്കുന്നു ഞാൻ, കവിത

ഹാ സ്റ്റാൻസ്വാമീ
മരിച്ചല്ലോ ഭാഗ്യം

ഹാ വരവറാവു

നാവറുത്ത് കളഞ്ഞല്ലോ

ഇനി മിണ്ടരുത്

വരവറാവു
എനിക്ക് നിന്നോട് വിയോജിപ്പ്
ഉണ്ടെങ്കിലും നിന്റെ നാവടപ്പിച്ചതിൽ വിയോജിപ്പ് ഉണ്ട്

എന്റെ വിയോജിപ്പിന് വിലയില്ലല്ലോ
എങ്കിലും
വിയോജിക്കുന്നു ഞാൻ.

18
പിണങ്ങിയ കവിത

ഈ കവിത എങ്ങോട്ടാണിറങ്ങി
പോകുന്നത്?
ഇന്നലെയത്
പേ പിടിച്ച നായയോടൊപ്പം നാട്ടിൽ
ഭ്രാന്തുമായ് ഓടി നടക്കുകയായിരുന്നു

നായയുടെ പരവേശം കവിതക്കല്ലേ
അറിയൂ
പക്ഷേ, വായാടിയമ്മിണിക്ക്
പേ പിടിച്ചപ്പോൾ കവിത പേടിച്ചോ?

നായക്ക് പേ ആയാൽ അലയാൻ
ഇടമുണ്ട് നാട് മുഴുവൻ
ഏറ് കൊണ്ട് മരിക്കുന്നത് വരെ

അമ്മിണി കഷ്ടം
കൈകാൽ കെട്ടി മുറിക്കുള്ളിൽ
കുരച്ചും കിതച്ചും പതച്ചും അമ്മിണി
മുടി പറിച്ച് തല കിളച്ചപ്പോൾ
കവിത തലകറങ്ങി വീണു

കവിത,
പ്രണയമെല്ലാം ഉപേക്ഷിച്ച മട്ടാണ്
പ്രണയം വറചട്ടിയിൽ പൊരിച്ചാണ്
എല്ലാവരും കഴിക്കുന്നത്

മനസ്സിനെ ലോക്കറിൽ പൂട്ടിയിട്ടാണ്
പ്രണയം തെരുവിൽ അലയുന്നത്

കവിതക്ക് രാഷ്ട്രീയവും ഇഷ്ടമില്ലാതായോ?
സ്വാതന്ത്ര്യത്തെ പൂട്ടിയിട്ടിട്ട്
രാഷ്ട്രീയക്കാരൻ തെരുവിൽ
സദാചാരം പ്രസംഗിക്കുന്നു

സ്വാതന്ത്ര്യ സമരത്തിൽ പങ്കെടുക്കാതെ
സാമ്രാജ്യത്തിന് വിടുപണിചെയ്തവർ
ദേശീയഗാനം ആലപിക്കുന്നു

ഇതൊന്നും കവിതക്ക് മിണ്ടാൻ
പാടില്ലത്രേ,
കവിത മഴയോടും പിണങ്ങിയിരിക്കുന്നു
മര്യാദയില്ലാത്തവൾ

ഉടുതുണി പറിച്ച് പിരാന്തിന്റെ നൃത്തം
ആടുന്നവൾ
അഭിസാരികമാരുടെ അരയിളക്കം പോലെ ഒരു കുഴഞ്ഞാട്ടം
ശ്ലഥകാവ്യമാണിന്ന് മഴ

പുഴയോടും കവിത കലഹിച്ചിരിക്കുന്നു
നീളത്തിലൊഴുകാതെ പുഴ വട്ടത്തിൽ
ഒഴുകുന്നു

ചിങ്ങവും കവിതക്ക് മ്ലാനമാസമാകുന്നോ?

ഇന്നലെ അങ്ങനെയും കവിത
പുലമ്പുന്നത് കേട്ടു
ആദ്യമാസങ്ങൾ പേടിയാവുന്നു

ജനുവരി മഹാത്മാവിനും
ചിങ്ങം മഹാബലിക്കും കവിത
പകുത്ത് വച്ചിരുന്നു

പക്ഷേ ഇപ്പോൾ,
ഗോഡ്സയെയും വാമനനെയും
സ്തുതിക്കണമെന്ന് ചിലർ

എനിക്ക് മനസ്സില്ലെന്ന് കവിത

അവൾ പിണങ്ങി ഇറങ്ങിപ്പോകുന്നു
പക്ഷേ ഉറങ്ങുന്നില്ല.

19
പുഴ വിഴുങ്ങിയ മീൻ

പുഴ വിഴുങ്ങിയ മീൻ
കരക്കടിഞ്ഞ് കരയുന്നു
പുഴ എന്നെ വിഴുങ്ങിയും ഞാൻ
പുഴയെ വിഴുങ്ങിയും
പാരസ്പര്യത്തോടെയാണ് ജീവിച്ചത്

എത്ര കരുതലിലാണ് പുഴയെന്നെ
പോറ്റിയത്
എന്റെ വീടിനകവും പുറവും
നിറയെ പുഴയായിരുന്നു

ഞാൻ കുഞ്ഞായിരുന്നപ്പോഴും
പുഴയെന്നെ പേടിപ്പിച്ചില്ല
അന്നും ഞാൻ മലരികളിലും ചുഴികളിലും
മുങ്ങാംകുഴിയിട്ടിട്ടുള്ളതാണ്

പക്ഷേ ഇന്ന് പുഴയെന്നെ കൈവിട്ടു
പുഴ കരഞ്ഞപ്പോഴാണ് ഞാൻ
കരക്കടിഞ്ഞത്

ഇന്നലെ
മഴ മലയെ കഠിനമായി
ഇടതടവില്ലാതെ ഭോഗിച്ചപ്പോൾ
മലയുടെ തുടയിടുക്ക് കീറി
അടിവയർ പൊട്ടി

ഒഴുകിയ ചെളിയും ചലവും ചോരയും
കുത്തൊഴുകി വന്ന തിരകളാണെന്നെ
കരക്കടുപ്പിച്ചത്

പുഴ വിഴുങ്ങിയ മീൻ
കരക്കടിഞ്ഞ് കരയുന്നു

മനുഷ്യന് സംശയം മീൻ കരയുമോ?
അവനത് കാണില്ല,
മീനിന്റെ കണ്ണിലവൻ നോക്കാറുമില്ല,
പിടച്ചിൽ കണ്ട് ചിരിക്കത്തേയുള്ളൂ
പിന്നെ
വിലയെന്ത് കിട്ടുമെന്ന ചിന്ത
വറവയുടെ മണം മാത്രം
അവന്റെ നാസികയിൽ

മീൻ കരയുകയാണ്
അതിന്റെ ഓർമ്മകളുടെ അറയിൽ
നിന്നും പുഴ മെല്ലെ ഇറങ്ങിപ്പോകുന്നു

മീനിനിപ്പോഴും ഒരു പ്രാർത്ഥന മാത്രം
ഞാനില്ലെങ്കിലും പുഴ ഉണ്ടാകണേ.

○○

20
അരിക്

അരിക് വളർന്നു വളർന്നു
വരുന്നുണ്ടേ

വളരുന്തോറും അതിരറ്റത്തിൽ
നിൽക്കുന്നവർ
കാണാതെയാകുന്നു

കണ്ണടനഷ്ടപ്പെട്ട ഒരു വല്യമ്മച്ചി
മക്കളേ പിടിച്ചോളണേയെന്ന് യാചിക്കുമ്പോഴേക്കും
അതിരടർന്ന് താഴേക്ക് പോകുന്നു

അതിരിലുള്ള മരത്തിനും സങ്കടം
മഴുവതിലാണ് ചാരിയിരിക്കുന്നത്
മരമാണല്ലോ മഴുക്കൈ

മഴു ചിരിക്കുമ്പോൾ മരം
ചിരിക്കുന്നില്ല
കിളികൾ അകന്നു പോയിരിക്കുന്നു

കണ്ണട നഷ്ടപ്പെട്ട വല്യമ്മച്ചി
ഇപ്പോഴില്ല

അരികിലുള്ളവർ ആയുഷ്കാലം
അരികിൽ തന്നെയായിരുന്നു
ജീവിതാരിപ്പയിൽ

▶▶ ഹേ, ഭീരുവായ എഴുത്തുകാരാ

അരിച്ചരിച്ചിറക്കിയപ്പോൾ
അരികിലായിപ്പോയതാണ്

നിർദ്ധനർ മാത്രമാണ്
ഇപ്പോൾ അവിടുള്ളത്
ഞാനാകാം നീയാകാം

കറുത്തവനും തണുപ്പിൽ
കമ്പിളിയില്ലാത്തവനും മാത്രം

ഇപ്പോൾ അരികിൽ
എന്റെ കവിതയും ഞാനും

ഇപ്പോൾ മരമില്ല മഴ മാത്രം
മഴ ചിരിക്കാൻ തുടങ്ങുന്നു.

ഠഠ

21
നങ്ങേലി കരയുമ്പോൾ

മുല മുറിച്ചവൾ
ഇന്ന് കരയുന്നതെന്തിനോ?
കനലെരിയുമവളുടെ മനം
നീ വായിച്ചുവൊ?

അവൾ മുലയറുത്തത്
അവൾക്ക് വേണ്ടിയല്ല
നീ സ്ത്രീയുടെ മുലയെയും
അവളെയുമറിഞ്ഞവനല്ല

മുല
ഒരു പാരമ്പര്യത്തിൻ പാലം
അവളൂട്ടുന്നത് ചരിത്രം
അവളൂട്ടുന്നത് മുലയല്ല
അവളൂട്ടുന്നത് വേവും നോവും

മുലക്കണ്ണിൽ നീ കടിക്കുമ്പോൾ
ചരിത്രം നുണയുന്നു,
അവളൊരു ചരിത്രം തിരുകി
നിന്റെ വായിലേക്ക് വയ്ക്കുന്നു

മകനേ മുലപ്പാൽ
ഒരു തീയാണ്

നങ്ങേലി മുലയറുത്തത്
അവൾക്ക് വേണ്ടിയല്ല
നിനക്കും കൂടിയാണ്

വരും തലമുറ
സ്മരിക്കണം മുല

22
അന്ത്യാഭിലാഷം

രത്നഖചിതം സ്മരണ
മരണമിന്നെന്നെ മുഗ്ദം പുണർന്നു കിടക്കുമ്പോൾ
വന്നു പോകുന്നവർ ചിലർ

ചിലർ കണ്ണീരൊപ്പുന്നുണ്ട്
എത്ര വെന്നിക്കൊടികൾ പാറിച്ച
ചിത്രപതംഗമായിരുന്നെന്ന്
വിചാരിപ്പാം

എങ്ങോ......
കുറേ ചാവാലിപ്പട്ടികൾ
ഇന്ന് ചാവാനുള്ള ആരെയോ
ഓർത്ത് കുരക്കുന്നു

ഇന്ന് ഞാനാവാമന്ത്യശ്വാസം
അതാവാം ശ്വാസം
നേർത്ത് നേർത്തങ്ങനെ
മന്ദമാരുതാ നീയും മരണവാഹിയോ?

വന്നു നിൽക്കുന്നതാർ
എന്റെ കൊച്ചമ്മിണീ
വന്ന് കാലിൽ തൊട്ടു നോക്കുന്നു

അവളുടെ കണ്ണുനീർ
എന്റെ കാലിൽ വീഴുന്നോ
ഞാനറിഞ്ഞീല

ചത്തു പോയെന്റെ കാലുകൾ
ഇറ്റ് ജീവനിന്നെൻ കണ്ണിൽ മാത്രം

എന്റെ ആളായിരുന്നവൾ
ഒരായിരം തവണയെങ്കിലുമാ
മാറിൽ മാറി മാറി
ഞാൻ ഉമ്മവച്ചിരുന്നതാം

എന്ത് ചെയ്യാം മഴവില്ലല തീർത്ത
സുന്ദര സ്വപ്നങ്ങളൊക്കെ
മാഞ്ഞ് മാഞ്ഞങ്ങ് പോകുന്നു

ഇല്ല
സുന്ദര സ്വപ്നങ്ങളും സ്വസ്തിയും
മന്ദമാരുതാ നീയും
മരണവാഹിയോ?

എൻ തലയ്ക്കൽ
കണ്ണുനീരുമായ് ഭാര്യ
വന്ന് ചേരാനുള്ള മക്കളെയോർത്ത്
അവരുടെ കാൽപ്പെരുമാറ്റവും ശ്രവിച്ച്

എന്തോ
ചാവാലിപ്പട്ടികൾ ഒച്ച നിർത്തി
വന്ന് ചേർന്ന കാലൻ
കയർ മുറുക്കുന്നത് കണ്ട് കണ്ടങ്ങിരിക്കുന്നോ നായ്ക്കൾ

കണ്ണടയുന്നുവോ പ്രജ്ഞയിന്നെന്നെ
വിട്ടൊഴിയുന്നോ
ഉണ്ടെനിക്കൊന്നൊരന്ത്യാഭിലാഷം

മക്കളെ
നല്ലയഗർബത്തി കത്തിച്ച് വെക്കണേ
എന്റെ വാടയാടിച്ചിവിടം
ഈ ഭൂമി മലീമസമാകേണ്ട.

○○

23
പ്രണയം വരുമ്പോൾ

പ്രണയം പതിയെയാണ്
കടന്നു വരുന്നത്

കാരണം അവൾക്കൊത്തിരി
ഒരുങ്ങണമല്ലോ

കയ്യിലും കാതിലും ഇത്തിരി
പൊന്ന് വേണമല്ലോ

കാതര മിഴികളെ കൂടുതൽ
കാന്തികമാക്കണമല്ലോ

ഒരു സ്നേഹച്ചൂണ്ട ചുണ്ടുകളിൽ
ഒളിപ്പിക്കണമല്ലോ
കൊരുത്ത് വലിക്കാൻ

മുടിയൊന്ന് പറത്തിയിടണമല്ലോ
അലസഭാവം ലാസ്യമാക്കാൻ
അതേ പതിയെയാണ്
പാദം മൃദുലം താഴെവീണ
റോസാദളങ്ങളെ നോവിക്കാതെ

പ്രണയം അവളുടെ നിഴലിനെപ്പോലും
അറിയിക്കാതെയുമാണ് വരുന്നത്

അതേ, അവൾക്കെപ്പോഴും സ്വാഗതം.

○○

24
ഇടമില്ലാത്ത കവിത

ഇനിയെന്റെ കവിതക്കിവിടെ
ഇടമില്ലയെങ്കിലും
പാടാതിരിക്കുവതെങ്ങനെ

പാറമട വാണ മലകളിൽ
മഴയെത്തി
മലയൊന്നായലറി വിരുന്നെത്തി
ഇനി മർത്യനിടമില്ലേയീ മണ്ണിൽ

കളകൾ നിറയുന്ന നാട്
കാട് കരയുന്നു
അവിടൊക്കെയും മനുഷ്യന്റെ മേട്

ഒഴുകുന്നുവോ പുഴ
പുഴ പുണ്യം അഴുകും
ജഢങ്ങളൊഴുകി നടക്കുന്നു

ദുരിതങ്ങൾ മാത്രം പെയ്യും
ഭരണകൂട മരങ്ങളിലിലയില്ല
കൊടും വിഷക്കായകൾ മാത്രം

കനിവില്ല ഭരണ കർത്താവിൻ
ചിരികളിൽ ചതിമാത്രം പൂക്കുന്നു

മനുഷ്യ മുതുകിന് മേൽ
കൊടും ജീവിതഭ്ഭാരം മാത്രം

വില കൂട്ടാതെന്തുണ്ട്

▸▸ ഹേ, ഭീരുവായ എഴുത്തുകാരാ

വില കൂട്ടാനെന്തുണ്ട്
നിലയില്ലാ ജീവിതക്കയം
കടം മാത്രം മിച്ചം

ഇനിയെന്തുണ്ട് വിൽക്കുവാൻ
വിലകുറച്ചങ്ങനെ
രാജ്യസമ്പത്തുകൾ

രാജ്യവും വിറ്റു
കൊട്ടാരവും വിറ്റു
ഭാര്യയില്ലാത്തവൻ
ദാസിമാരെയും വിറ്റു
എന്നെയും നിന്നെയും
വിറ്റു വിറ്റങ്ങനെ ഒക്കെ
കടുംവെട്ട് ഭരണം

പേടിയായ് പ്ഫൂ.....
മാധ്യമ പരിഷകൾ
കോണകനില്ലാതെ പൈതൃക
പേക്കോലം കെട്ടിയാടുന്നു

ഇനിയാര് രക്ഷകർ
കൊടികളൊന്നാകണം
പല ജാതി വർണ്ണ വ്യത്യാസങ്ങൾ
കളയുവാൻ സമയമായി

ഇനിയൊറ്റ മർത്യനാകണം
അധികാരയിരുമ്പ് മറകളെ
ഭേദിക്കുവാൻ
ഇനിയൊറ്റ മർത്യനാകണം

ഇനിയെന്റെ കവിതക്കിവിടെ
ഇടമില്ലയെങ്കിലും
പാടാതിരിക്കുവതെങ്ങനെ.

25
രാ മായണം

പാരായണം കഴിയും വരെ
രാ മായണം
പാലം കടന്നു കഴിഞ്ഞാൽ
കൂരായണം

രാജസ്ഥാൻ മരുഭൂമിയിൽ
ഇനിയും
ദാഹിക്കുന്ന ഇന്ദ്രാ മെഘ് വാൾമാർ*
പേടിച്ചു കഴിയുന്നു എന്നറിയുന്നു

രാജസ്ഥാൻ മരുഭൂമി ഭാരതമാകെ
വളരുന്നു,
വരളുന്ന നാവുകൾക്കിനിയെവിടെ ജലം

താണ ജാതിക്കാരന്റെ മക്കളേ
മനുസ്മ്രിതി സ്മൃതിയിൽ മയങ്ങി
ബ്രാഹ്മണ്യം കിട്ടുമെന്നോർത്ത്
ചരട് കെട്ടി കടുക്കനിട്ട് നടക്കേണ്ട

ഇന്ദ്രാ മെഘ് വാൾ
അവൻ ദാഹിച്ചത്
നിനക്ക് വേണ്ടികൂടിയാണ്.

*(*2022 ആഗസ്ത് 14 രാജസ്ഥാനിൽ സവർണ്ണ അധ്യാപകന്റെ വെള്ളകുപ്പിയിൽ നിന്നും വെള്ളം കുടിച്ചതിന് അയാൾ മർദ്ദിച്ചു കൊന്ന ദളിത് ബാലൻ.)*

൦൦

26
ഒരു മൂലയിവന് വേണം

ദുരിതം നിറച്ച തീവണ്ടി
അലറിപ്പായുമ്പോൾ
ഒരു മൂലയിലങ്ങനെ കുറേ
നിരാലംബർ
മുഷിഞ്ഞ് മുഷിഞ്ഞ നോട്ടവുമായ്
മുഷിഞ്ഞ വേഷവുമായി

ഇവരും മനുഷ്യർ
അരയിലുറച്ച കാലും
തോളിൻ കുഴയിൽ ഉറച്ച കയ്യും
ദ്രവിച്ചതെങ്കിലും കണ്ണീർ
പൊഴിക്കും കൺകളും
ഒരു പാപഭാരച്ചുമടിൽ ഒടിഞ്ഞ
കഴുത്തും
പുഴു കുത്തിയ ചുണ്ടും
ചാഞ്ഞും ചരിഞ്ഞുമുള്ള നോട്ടവും
ഇടന്തോളിൽ മയങ്ങുന്ന കുഞ്ഞും

കനിവ് വറ്റിയോ പ്രിയ യാത്രക്കാരാ
വെറുതേയൊരാധാർകാർഡും
ചുമന്ന് നടക്കുന്നയിവരും മനുഷ്യജന്മങ്ങൾ

തീവണ്ടിയൊരിൻഡ്യയോ?
ഗതികെട്ടയീ ജന്മങ്ങളെ കൂക്കി വിളിച്ച്
കൂകിപ്പായുന്നു

ഇവരും മനുഷ്യർ
കുലമില്ലാത്തവർ

അറിയില്ലയറിവ്
ഒരു നിലാവെട്ടമിതുവരെ
കാണാത്തവൻ,
ഇവരുടെ നേർച്ചകളിൽ ഭ്രമിക്കാത്ത
ദൈവങ്ങൾ
ഇവർക്ക് പണിതു കൊടുത്തത്
ഓട്ട വീണതും
നക്ഷത്രങ്ങളില്ലാത്തതുമായ
ആകാശമാണ്,

കൂകിപ്പായുന്ന ഇൻഡ്യയുടെ
ഒരു മൂലയിവർക്ക് വേണം

കള്ളനെന്ന് ഭാവിച്ച്
അവനെ നോക്കുന്ന യാത്രക്കാരാ
അവന്റെ വാടയടിക്കുന്ന വസ്ത്രങ്ങളിൽ
അവന്റെ മുൻതലമുറകളുടെ
വേർപ്പുണങ്ങിയ ഉപ്പ് പരലുകളുണ്ട്
അപ്പനപ്പൂപ്പന്മാരുടെ കണ്ണീരുമുണ്ട്

നിന്റെ കോട്ടും സ്യൂട്ടും നോട്ടവും കഴുത്തിൽ
തൂങ്ങുന്ന തിരിച്ചറിയൽ കാർഡും
ഒക്കെയവന് പേടിയാണ്

തൊടിയും കുടിയുമില്ലാത്തോൻ
അവരാമൂലയിൽ എങ്ങാനുമിരിക്കട്ടെ
സ്വപ്നങ്ങളൊന്നുമില്ലാത്തവർക്ക്
വീണ്ടും വീണ്ടും വിലങ്ങുകൾ
പണിയുന്നതെന്തിനാണിൻഡ്യാ

ഇൻഡ്യാ..
ഇവരെ പരിഗണിക്കാതെ ഏത്
സ്റ്റേഷനെയാണ് നീ ലക്ഷ്യം വക്കുന്നത്
നിന്റെ യാത്ര തെറ്റായ പാളത്തിലൂടാണ്.

27

ഇങ്ങനെയൊക്കെയാണ്
എന്റെ കവിത

നിരത്ത് വക്കിലൊരുവൾ
ചവുട്ടിക്കൂട്ടപ്പെടുമ്പോൾ
എനിക്ക് സൗകര്യമില്ല
നിനക്കിഷ്ടമുള്ളപോൽ
നിന്റെ വൃത്ത വ്യാസപ്രകാരങ്ങളിൽ
കവിത എഴുതാൻ

അവളുടെ യൂണിഫോമിന്റെ
അലുക്കുമളവും മതഭ്രാന്തർ തീരുമാനിക്കുമ്പോൾ
അവൾ പത്താം ക്ലാസ്സുകാരി
ഇവിടേക്കിവൾക്ക് പ്രവേശനമില്ലെന്ന്
പുലമ്പുന്ന പുരോഹിതാ
എനിക്കിഷ്ടമില്ല നിന്റെ സൂക്തങ്ങൾ തുന്നിക്കവിതയെഴുതാൻ

അവൾ കരയുമ്പോൾ
അതവളുടെ വിധി അനുഭവിക്കുക
മരണശേഷം പുനർജ്ജന്മം
മുക്തി മോക്ഷം പിന്നെ സ്വർഗ്ഗം,
അവൾക്ക് വേണ്ടി മുന്തിരിത്തോപ്പുകൾ
അവൾക്ക് വേണ്ടിയുത്തമ ഗീതങ്ങൾ
പ്രവാചകന്റെ പ്രേമം

പ്ഫാ.. നിർത്തുക
കപടമോക്ഷ സുവിശേഷപ്പിശാചേ

അവൾക്കതൊന്നും വേണ്ട
ഇവിടെയവൾക്ക് നീതിയുണ്ടോ?

ഭയരഹിതയായി നടക്കാനവൾക്ക്
ഇണയോടൊപ്പം കൈകൾ കൊരുത്ത്
പ്രണയിച്ചലയാനൊരു നിരത്തുണ്ടോ?

തുറിച്ച നോട്ടവും
വളിച്ച സദാചാരവുമായി
നിന്റെയളിഞ്ഞ സമൂഹ ശരീരം

ഹേ മനുഷ്യാ നീ മൃഗം തന്നെ
അവൾക്ക് മാത്രമായി നിയന്ത്രണങ്ങൾ
അവളെ ഞെരുക്കി
നിന്റെ ചപ്പും ചവറുമെച്ചിലും തിന്നാൻ
നിന്റെ മതഗ്രന്ഥങ്ങൾ പുരുഷ
വീക്ഷണത്താൽ മാത്രം എഴുതപെട്ടത്

അതുകൊണ്ട് തന്നെ
കലഹമാണെന്റെ കവിത
കലപ്പയാണെന്റെ കവിത
ഉഴുത് മറിക്കുവാൻ

നിരത്ത് വക്കിലൊരുവൾ ചവുട്ടി
കൂട്ടപ്പെടുമ്പോൾ
എനിക്ക് സൗകര്യമില്ല
നിനക്കിഷ്ടമുള്ളപോൽ
നിന്റെ വൃത്ത വ്യാസപ്രകാരങ്ങളിൽ
കവിതഎഴുതാൻ.

○○

28
കറുത്ത മഴ

ചിലനേരം കറുത്ത മഴകൾ
പെയ്യുന്നുണ്ട്
വിധിപ്പുരകളിലെ ചിമ്മിനി
കരിംപുക പുറപ്പെടുവിക്കുന്നുണ്ട്

കരിംകോട്ടിലെ ചെളി കുതിർന്ന്
പുഴ കറുക്കുന്നുണ്ട്

ദേശീയ പാതയിൽ
വിവസ്ത്രയാക്കപ്പെട്ടവളുടെ
കരച്ചിൽ കരിംകോട്ടിൽ തട്ടി ചിതറുന്നു

നടുകൂനിപ്പോയ ചില വിധിപ്പിതാക്കൾ
അടിച്ചു തകർത്ത മേശക്കടിയിൽ
വിറച്ച പൂച്ചകൾ ഭയന്നോടുന്നു

തല പൊളിക്കുന്ന റിപ്പർമാർ
തഴമ്പ് വീണ ചുറ്റികയുമായി
അതിജീവിതകളെ ഭയപ്പെടുത്തുന്നു

നാവടക്കുവാനാണ് ആജ്ഞ
നാവറുക്കുവാനാണ് വിധി

നടുകൂനിപ്പോയ ചില വിധിപ്പിതാക്കൾ
അടിച്ചു തകർത്ത മേശക്കടിവശം

ഇനി അഭയസ്ഥാനമല്ല

പുഴ കറുക്കുന്നു
കടൽ കറുക്കുന്നു

കറുത്ത മഴക്കൊരറുതി വേണ്ടേ?

○○

29

ഒറ്റ മുറി

കരുണയും കാറ്റും കടക്കാത്ത
ഒരൊറ്റയിരുട്ടു മുറിയാണ്
എനിക്കനുവദിച്ചു കിട്ടിയിരിക്കുന്നത്

നിഴലുപേക്ഷിച്ചതിനാൽ
കരചരണങ്ങളറ്റ കബന്ധം പോൽ
കമിഴ്ന്നാണ് കിടക്കുന്നത്

തൊണ്ട വറ്റിപ്പോയ ഒരു തോടിന്റെ
രോദനം
എപ്പോഴുമെന്റെ ചെവിയിൽ
തിരയടിയ്ക്കുന്നു,

ഒരു കാട് കരയുന്നതെനിക്ക്
കേൾക്കാം
കാട്ടിൽ നിന്നിറക്കി വിട്ട
കാട്ടു മക്കളുടെ വിലാപം
എനിക്കിവിടെ കേൾക്കാം

വെമൂലമാർ ആത്മഹത്യ ചെയ്യുന്ന
വിദ്യാലയങ്ങളിലെ കൂട്ടമണികൾ
എനിക്ക് കേൾക്കാം

ഹാ....... സുഹൃത്തേ
നിങ്ങളെങ്ങനെയാണെന്നെ

അടയാളപ്പെടുത്തുന്നത്

ഒറ്റമുറിയിലടച്ച് എന്റെ ചിന്തകളെ
കവിതകളെ കൊല്ലാം
എന്ന് കരുതിയോ?

ഞാൻ നിന്റെ
അടയാളപ്പെടുത്തുകൾക്കപ്പുറമാണ്

ഞാനീ ഒറ്റമുറിയിൽ
ഒരു കാട്ടുതീ വളർത്തുന്നുണ്ട്,
അത് നിന്റെ
അധമ തേർവാഴ്ചക്കറുതി വരുത്തും.

ഠഠ

30
ആവുന്നത്ര

ആവുന്നത്ര ഞാൻ കുനിഞ്ഞു
നിന്നിട്ടും
ആവുന്നതിലുമേറെയെന്നെയിടിച്ചു
താഴ്ത്തിയിട്ടിട്ടും
പിന്നെയും പിന്നെയും നീയെന്റെ
മേൽ തന്നെ കുതിര കേറുന്നു

ഹാ.... സുഹൃത്തേ,
ഇനിയെനിക്കൊന്ന് മൂരി നീർക്കാമോ?

ഞാൻ
നിന്റെ സനാതന ധർമ്മമൊക്കെ
ചുമന്ന് നടു നൂർക്കാനാവാതെ പോയവൻ

അഹം ബ്രഹ്മാസ്മി
തത്വമസി
യദാ യാദാ ഹി ധർമ്മസ്യാ
എന്നൊക്കെപറഞ്ഞു പറ്റിച്ച്
നിന്നെ വന്ദിപ്പാൻ കുനിഞ്ഞ്
നടു വളഞ്ഞു പോയവൻ

ആവുന്നത്ര ഞാൻ നോക്കി
നിന്നെ നോവിക്കാതിരിക്കുവാൻ
പക്ഷേ നീ വീണ്ടുംവീണ്ടുമെൻ
മുറിവിൽ കുത്തി നോവിക്കുന്നു

എനിക്കൊന്നുറങ്ങാൻ പറ്റുമോ?
ഒന്നു ചിരിക്കാൻ?

അല്ലാ നീയൊന്ന് പറയുമോ?
എന്തിനാണ് നീയെല്ലാം
നീ ഉണ്ടാക്കാത്തതെല്ലാം വിറ്റ് തുലയ്ക്കുന്നത്

എല്ലാം സ്വകാര്യവൽക്കരിച്ച്
ഞങ്ങളെ വഴിയാധാരമാക്കുന്നത്

ഇരുണ്ട ഗുഹയിലെന്നവണ്ണം
ഇരുട്ടിലൂടെ നടന്ന്
തളർന്ന് വളരുമ്പോൾ
ഗുഹാമുഖത്തിനപ്പുറം
ഒരു ചെറു വെളിച്ചം
ഒരു ചെറു ജോലി
അതെങ്കിലും കിട്ടുമെന്നോർത്ത്
പഠിച്ചു വന്നെൻ മക്കളുടെ മുൻപിൽ
എല്ലാം സ്വകാര്യവൽക്കരിച്ച്
എല്ലാ വാതിലുകളും
നീ കൊട്ടിയടക്കുന്നു

ഏതു പാപക്കടലിലാണ് ഭരണമേ
നിന്നെ താഴ്ത്തേണ്ടത്

ഒരു കല്ലുരൽ ഞാൻ പണിയുന്നുണ്ട്
നിന്നെയതുമായ് കൂട്ടിക്കെട്ടിത്താഴ്ത്താൻ.

OO

31
എല്ലാം മറക്കുമോ നീ?

എല്ലാം മറക്കുക
നീ വന്ന വഴികളും നിൽക്കും തറയും
നിന്റെ അപ്പനപ്പൂപ്പന്മാരെ ചേറിലും
പുഴയിലും കുളത്തിലും ചവുട്ടി
താഴ്ത്തിയതും ഒക്കെയും മറക്കുക

നിന്റെ വല്യമ്മമാരുടെ മുല
നിന്റെ അപ്പനപ്പൂപ്പന്മാർ
കടിച്ചും കുടിച്ചും പിടിച്ചും
ചിലപ്പോളതി മോഹമായ് പ്രണയിച്ചും
അത് മറയ്ക്കാൻ കരമൊടുക്കേണ്ടി
വന്ന ദുരന്ത ജീവിതം

അടിമപ്പെണ്ണിനെ തിരിച്ചറിയാൻ
കല്ലും കുപ്പിച്ചില്ലും മാല ധരിക്കേണ്ടി
വന്ന വല്യമ്മമാരെ
ഒക്കെയും മറക്കുക
മുല മുറിച്ച നങ്ങേലിയെയും മറക്കുക

കുഴികുത്തി കഞ്ഞി വിളമ്പിയത്
കുടിക്കാൻ കുനിഞ്ഞപ്പോൾ
മുതുകിൽ ചവുട്ടി ചൂട് കഞ്ഞിയിൽ
മുഖം കുത്തി വീണ
പ്രപിതാമഹാന്മാരെയും മറക്കുക

നായ നടക്കും വഴികളിൽ
നടക്കാനാവാതെ
ഹോയ് ഹോയ് വിളി കേൾക്കുമ്പോൾ
എലിമുൾ കാട്ടിൽ ചാടിയൊളിച്ചതും
ദേഹം മുള്ളിനാൽ വരഞ്ഞു കീറി
നീറി വേദനിച്ചതും മറക്കുക

ഗുരുവിനെ മറക്കുക
അയ്യങ്കാളിയെ മറക്കുക
കണ്ടൻ കുമാരനെ മറക്കുക
പണ്ഡിറ്റ് കറുപ്പനെ മറക്കുക
പൊയ്കയിൽ അപ്പച്ചനെ മറക്കുക
അംബേദ്ക്കറെ മറക്കുക
ഭരണഘടനയും മറക്കുക

എല്ലാം മറക്കാൻ നിനക്ക്
ഉന്നത പദവികൾ
അവാർഡുകൾ,
പാരിതോഷികങ്ങൾ,

എല്ലാം മറക്കുമോ നീ?

○○

32
ഞങ്ങളുടെ കാട് തരൂ

ഇക്കാണും കാടെല്ലാം
ഞങ്ങളുടേതായിരുന്നു

എന്റെ കുഞ്ഞുന്നാളിൽ ഞങ്ങൾ
കേറിയിറങ്ങിയ കാടാണ്

ചവുട്ടിമെതിച്ച പടർപ്പുകൾ
ഞങ്ങൾ നടന്ന വഴിത്താരകൾ
പിണഞ്ഞ് പരസ്പരം പുണർന്ന്
പ്രണയിക്കുന്ന പുല്ലാന്നി വള്ളികൾ
കാട് ഞങ്ങളുടേതാണ്

ഞങ്ങൾ വിറക് വെട്ടിയ
തുഞ്ചത്തേറി വിശ്രമിച്ചിരുന്ന
മരങ്ങൾ ചില്ലകൾ
ഞങ്ങൾ അടർത്തിത്തിന്ന വെട്ടിപ്പഴം
ഞങ്ങൾ ശേഖരിച്ച തേൻകൂടും കൂണും

കാട് പ്രണയം പൂത്ത മേട്
ഇക്കാട് ആക്കാടല്ലേന്നോ?
ഇക്കാട്ടിൽ ഞങ്ങൾക്ക്
കയറാൻ പറ്റില്ലേന്നോ
ദാ, ഇതാണ് പുത്തൻ വാദം

കാട്
നിങ്ങൾക്ക് വേണമെങ്കിൽ കാണാം
കണ്ടാസ്വദിക്കാം
സെൽഫിയും ഫോട്ടോയും എടുക്കാം
അതിനപ്പുറമിപ്പുറമൊന്നുമില്ല

കാടിന്ന്
വികസിത രാജ്യങ്ങളുടേത്
വികസിത രാജ്യങ്ങൾ
തിന്ന് കൊഴുത്ത് മദിച്ചു ജീവിക്കും

കാട്
അമേരിക്കയുടെ
ചൈനയുടെ
ജപ്പാന്റെ
ബ്രിട്ടന്റെ

അവിടങ്ങളിൽ കാടല്ല വളരുന്നത്
നഗരങ്ങളാണ്
ഉപഭോഗമാണ്
അവർ ജീവിതം ആഘോഷിക്കും
വാഹനങ്ങളിൽ പായും
ഫാക്റ്ററികൾ വിഷം തുപ്പും
സുഖലോലുപത നുരഞ്ഞു പതയും

അത് കൊണ്ട്
ആഫ്രിക്കൻ കാടുകൾ
ബ്രസീലിയൻ കാടുകൾ
ഇന്ത്യൻ കാടുകൾ
മ്യാന്മാർ കാടുകൾ
സംരക്ഷിക്കപ്പെടണം

ആരും കാട്ടിൽ കയറരുത്
തൊടരുത് വെട്ടരുത്
ദരിദ്ര രാജ്യങ്ങൾ കാട് വളർത്തുക

▶▶ ഹേ, ഭീരുവായ എഴുത്തുകാരാ

അതിന്
വികസിത രാജ്യങ്ങൾ പണം തരും

അതുകൊണ്ടു നിങ്ങൾ
മരം വച്ചു പിടിപ്പിക്കണം
അവർ മുദ്രാവാക്യവും തരും
'മരം ഒരു വരം'

അത് കൊണ്ട് നീയും നിന്റെ
കുഞ്ഞുകുട്ടി പരാധീനവും മേലാൽ
വനത്തിൽ കയറുകയോ
വന വിഭവങ്ങൾ ശേഖരിക്കുകയോ
ചെയ്യാൻ പാടില്ല

അതിരായ് പണിതിട്ടിരിക്കുന്ന
ജണ്ടകൾക്കപ്പുറം കയറുന്നത്
ശിക്ഷാർഹമാണ്

അഷ്ടിക്ക് വകയില്ലാത്തവന്റെ
കുത്തിന് പിടിച്ചിട്ട്
നക്കാപ്പിച്ച കാശും തന്നിട്ട് പറയും
മരം നടൂ...
നമ്മൾ മരം നടും
അവർ മഴു നടും

അതേ ഞങ്ങളുടെ കാട്
ഞങ്ങൾക്ക് വേണം
നിങ്ങൾക്ക് വേണമെങ്കിൽ നിങ്ങളുടെ
രാജ്യത്ത് കാട് വെച്ചു പിടിപ്പിക്കുക.

○○

33

നടന്ന വഴികളിൽ

ഒരു ബാല്യം നടന്ന വരമ്പിലൂടെ
ഇന്നലെ നടന്നു

ഒരു തേൻ കൂട് പൊട്ടിച്ചൊരു
പാട് തേൻ കുടിച്ച വഴികൾ
മധുരം നുണഞ്ഞു നടന്ന വഴികളിൽ
കദനം മാത്രം ബാക്കി

അന്ന് കടല കൊറിച്ച് കൂടെ നടന്നവൾ
നടക്കല്ലിൽ തട്ടി വീണ് നടു
തളർന്നു കിടപ്പൂ

നിറഞ്ഞൊഴുകിയ പുഴ തളർന്ന്
വരണ്ട്
പൊഴിക്കാൻ കണ്ണീരില്ലത്രേ

പുഴയിന്ന് ചിരിക്കാത്തവൾ
പാദസരം
അഴിച്ചു വച്ച നർത്തകിയെ പോലെ
വയൽ വരമ്പില്ല പശുക്കളിന്നില്ല
എരുക്ക് പൂത്തതും കണ്ടില്ല

വയൽ നിരത്തി
പണിഞ്ഞ വീടുകൾ ചിരിക്കാതെ
മുഖം താഴ്തിയിരിക്കുന്നു

വിജനമാണിന്നിടങ്ങളെല്ലാം,
പണ്ട് വെടിവെട്ടം പറഞ്ഞിരുന്ന കൽപടവുകളിൽ

⏩ഹേ, ഭീരുവായ എഴുത്തുകാരാ

പാമ്പുറങ്ങാതെ കല്ലെറിഞ്ഞവനെ
കാത്തിരിക്കുന്നു,

പക പെരുത്തു പോയ്
പരസ്പരം മിണ്ടാതകന്നു പോകുന്നു
ചിരിക്കണമെങ്കിൽ,
സ്വന്തം ജാതിക്കാരെ കാണണം

പരസ്പരം
നാഴിയരിയും പത്തു മുളകും
തേങ്ങാ മുറിയും കാപ്പിപ്പൊടിയും
പഞ്ചസാരയും
കടം കൊണ്ടും കൊടുത്തും
ഒരുമിച്ചുണ്ടും കൂടെ കിടന്നുറങ്ങിയും
വേർപിനൊരേ മണമുണ്ടായിരുന്നവർ
അകന്നു പോയ്

നാട് തകർന്നു പോയ്
ജാതി മത ശക്തികളകത്തി നമ്മളെ

പരസ്പരം
കുത്തിച്ചാവാൻ കത്തി പണിത്
ഇരുട്ടിൽ പാത്തിരിക്കുന്നു
അപരനെ കൊല്ലാൻ

തകരും നാടിത്
പുനർജ്ജീവിപ്പിക്കാൻ ഒരുമയോടെ
നാമകറ്റി നിർത്തുക
ജാതിമത ചിന്തകൾ

വസിക്കേണമിവിടെ
വരും തലമുറ
അവർക്ക് വേണ്ടിയകറ്റി നിർത്തുക
നശിച്ച ജാതി വർഗ്ഗീയ ചിന്തകൾ.

34
സ്നേഹദാഹം

മതി മറന്നുത്സവിക്കുകയാണ്
സ്നേഹം
ഇരു കരകളും കവിഞ്ഞൊഴുകുകയാണ്
സ്നേഹം

മതിമതീന്ന് പറഞ്ഞിട്ടും ഭ്രമരം
മതി വരാതെ ചുംബിക്കയാണ് പൂവിനെ
തെരുതെരാ ചിറകടിച്ചു പറക്കുന്ന പക്ഷിയെ പിന്തുടർന്ന്
ഇടതടവില്ലാതെ
പ്രണയിക്കായാണിണ

ഇനി വരും മുകിലിൽ
മഴമേഘ മുണ്ടെന്നും
ഒരു മഴയെന്നിൽ കുളിരായ് പെയ്യുമെന്നും നിനച്ച്
നിറവാനിലാകെ പറന്നുല്ലസിക്കുന്നു
മഴപ്പുള്ളുകൾ

ഒരു ചെറുകാറ്റടിക്കുമ്പോൾ
ഒരു കുളിരെന്നെ പൊതിയുമെന്നും
ഇരു കൈകളാലുമവനെന്നെപ്പുണർന്ന്
നെഞ്ചോട് ചേർക്കുമെന്നും
ഒരു ലാസ്യലയ മോഹ ലഹരിയാൽ
മധു പോലെയെന്നെ പാനം ചെയ്യുമെന്നും
അതിയായി മോഹിച്ചൊരുവൾ
മൃദു മന്ദഹാസമോടെ

▶▶ ഹേ, ഭീരുവായ എഴുത്തുകാരാ

ഇണപോലെ തലയിണയെ
പുല്കിയുറങ്ങാതെ കാത്തിരിക്കുന്നു

മതി മറന്നുത്സവിക്കുകയാണ്
സ്നേഹം
ഇരു കരകളും കവിഞ്ഞൊഴുകുകയാണ്
ദാഹം.

35

ചൂട്ട്

ഒരു ചൂട്ടിന്റെ അഭാവം അനുഭവപ്പെടുന്നു,

ഊട്ടുക്ക് മുമ്പേ ചൂട്ടുക്ക് പിമ്പേ
എന്നാണ് പ്രമാണം

ചൂട്ടൊരു വെളിച്ചമാണ്
മുന്നിലുള്ള വിഷജന്തുക്കൾ,
അപകട കല്ലുകൾ ഇടിഞ്ഞ
കയ്യാല കൊച്ചുതോട്
വേലിപ്പടർപ്പുകൾ
ഒക്കെയും മുന്നേ കണ്ട്
മുന്നേ വഴി നടത്തുന്നൊരാൾ
ചൂട്ടു വീശി വീശി

ചൂട്ട് വീശി വീശി മുന്നേ നടക്കുമ്പോൾ
നാട്ട് കഥകളുടെ കെട്ടഴിക്കും

പണ്ട് പണ്ടെന്റപ്പൻ കാട് കേറിപ്പോയതും
പണ്ടമ്മയടുക്കളേൽ നിന്ന് പെറ്റതും
വല്യമ്മ താണ ജാതിയെന്നറിയിക്കാൻ
കല്ലും കുപ്പിച്ചില്ലും മാലയണിഞ്ഞതും

തുപ്പൽ വഴിയിൽ വീഴാതെ കഴുത്തിൽ
തുപ്പൽ ചിരട്ട തൂക്കി നടന്നതും
നടക്കും വഴി തൂത്ത് വാരാൻ

▶▶ ഹേ, ഭീരുവായ എഴുത്തുകാരാ

പിന്നിൽ ചൂല് കെട്ടി നടന്നതും
ഒക്കെയൊക്കെ

നടന്നതും നടുക്കുന്നതുമായ കഥകളൊക്കെ കേട്ട് കേട്ട്
അപ്പൻ ചൂട്ട് വീശി വീശി
മക്കളൊക്കെ...
ചൂട്ട്ക്ക് പിമ്പേ പിമ്പേ....

ചൂട്ട് വെളിച്ചം വീശുന്നത്
ചരിത്രത്തിലേക്കാണ്

ഇരുണ്ട കാലം ചൂട്ട് കൊണ്ട് കീറിക്കീറി
വെളിച്ചം പകർന്ന്
ആ വെളിച്ചം നുകർന്ന്
അങ്ങനെ നടക്കുക

നടത്തതിന് ഒരു ബോധ്യമുണ്ടാകുക

നടപ്പ് കാലം കുലം മുടിക്കുന്നു
ജനത ഇരുട്ടിലൂടെ നടക്കുന്നു
വ്യാമോഹ നൂൽപ്പാലത്തിലൂടെ സഞ്ചാരം

ഒരു ചൂട്ട്
വർത്തമാനത്തിൽ
ആവശ്യമായിരിക്കുന്നു

ഇരുട്ടിനെ വകഞ്ഞ് മുന്നോട്ട്
പോകേണ്ടതുണ്ട്.

○○

www.ingramcontent.com/pod-product-compliance
Lightning Source LLC
LaVergne TN
LVHW040827051026
849519LV00007BA/2766